சிரிப்பரிதாரம்

தமிழ்

aelay
publish

சிரிப்பரிதாரம்

கவிதை
ஆசிரியர் : தமிழ் 2022 ©
முதல் பதிப்பு : நவம்பர் 2022
வெளியீடு : ஏலே பதிப்பகம்
5/175, பாத்திமா நகர், கூத்தென்குழி,
திருநெல்வேலி - 627104
தொடர்புக்கு : +91 9944992571

Siripparitharam
Poetry

First Edition : November 2022
Pages: 55
ISBN : 978-93-5533-446-6
Aelay Publish
Contact : +91 9944992571
Designed by : Aelay publish team

சமர்ப்பணம்

உன்னில் தொடங்குகிறேன்...

எழுத்துக்கள் தொடங்குமிடம் காதல் !
எதன்மீதென்று சொல்லிவிட முடியாது
எழுத்தின் மீதோ
சமூகத்தின் மீதோ
சக மனிதனின் மீதோ
பொது நலன் கொண்டோ
கோபத்தின் வெளிப்பாடகவோ
எழுதத் தொடங்குகிறான் கவிஞன்

அப்படி...
நான் இத்தனையும், இன்னும் பலவும்
எழுதிய, எழுதப் போகிற அவளுக்கும்
அவளைப் படைத்தவனுக்கும்
சமர்ப்பணம்.

சாதாரண முகம்
சிரிப்பே அரிதாரம்
பெரிதாய் அழகில்லை – இருந்தும்
முதல் காதலை நினைவூட்டிப்போனாள் ஒருத்தி

அழகிய உவமைகளின் தொகுப்பு
கவிதை என்றால்
அவளின் பெயர்
அதுவாகத்தானே இருக்க வேண்டும்

சாத்தப்பட்ட அறைக்கதவு
சாளரத்தில் திரை மறைவு
அலங்காரம் செய்ய மறைக்கப்பட்ட
அம்மானா இவள்!

நீ பேசும்போதெல்லாம் – உன்
மேலுதடும் கீழுதடும் விடாமல்
முத்தமிட்டுக்கொள்கிறதே
உனக்கே உன்மேல்
இவ்வளவு ஆசை இருக்க
எனக்கு மட்டும் – உன்னை
முத்தமிட ஆசை வராதா என்ன?

உருவானது மரு இதயம்
உன்னைக்கண்ட நொடியே
உனக்கே உனக்கென – நீ
திருடிப்போக

அழகியே! உன் பெயருக்குப்பின்
என் பெயர் சேர்த்திட
எங்கே விண்ணப்பிக்க வேண்டும்!

காதல் தருவாயா ?
இதயம் தருகிறேன்

என் கவிதை மதிப்பில்
உன் காதல் என்ன விலை ?

உன் உயரம் அளந்திடவா?
முத்த அளவையில் !

பற்பல நினைவுகள்
சேகரித்து வைத்திருந்தேன்
தனிமையும் நானும் பேசிப் பழகிட !
அத்தனையும் அள்ளி எறிந்துவிட்டு
நீ வந்து அமர்ந்து கொண்டாய்

சமநிலை தவறி
உன்பக்கமே சரியுது மனம்
எனக்கும் கொஞ்சம் விட்டுவையடி
என் திருடி

அவளிடமிருந்து தப்பித்து
அவ்வப்போது என்னிடம் திரும்பும்
என் மனதை
சிறு புன்னகையை வீசி
மீண்டும் சிறை பிடிக்கிறாள்

தூங்குவது போல் நடித்த என் மனதை
ஓங்கி அறைந்து உள்ளே நுழைந்தது
உன் காதல்

கண்களின் மொழி புதிர்
இல்லை இல்லை புதையல்
எது கிடைக்குமோ தெரியாது – ஆனாலும்
ஓர் பேராவல்

மீண்டும் ஒரு சந்திப்பு நிச்சயமில்லை
புதிதாய் ஒரு உரையாடல் ! உறுதியில்லை
நினைவெங்கும் அவள்

கடந்து செல்லும்போதெல்லாம்
கட்டி இழுக்கிறாள் மனதை
திரும்பப்பெற மன்றாடித் தோற்கிறேன்

ஏதோ ஒரு காதல் பாடல்
அவளது தொடுதிரை மிளிரும் அழைப்பொலியில்
என்னவென்று புரியவில்லை
அவள் மனம் போலவே

நெருங்கி வராதே
இவளுள் தொலைவாய் – என
எச்சரிக்கை செய்கின்றன – அவளது
சிவப்பு காலணிகள்

உன் பாதச்சுவடுகளைச் சுமக்கும்
சிவப்பு இரட்டையர்களை
பயபக்தியுடன் பார்த்திருந்தன
மற்ற காலணிகள் அறையின் வெளியே

அவள் பின்னழகை – விடாமல்
முத்தமிட முயலும் அவளது தலைமுடி
என்னை விட மோசம்

21

நிரப்பிடவா! உன்
இரு இதழின் நடுவிலுள்ள
கோடிட்ட இடத்தை
என் இதழ்கொண்டு

22

அளவுக்கு மீறினால் அமிர்தமும் நஞ்சாம் !
சுத்த பொய்
அப்படியானால் உனது குளியலறை
எப்பொழுதே மாண்டிருக்க வேண்டுமே !

உன் இடை மறைக்கும் தாவணியை
காற்றென்ற காதலன்
இழுக்கத் தவறுவதில்லை

அவளது கலைந்த கூந்தல் வலையில்
மல்லிகை மீன்கள் மாட்டிக்கொண்டன

மந்திரக்கோள்கள் – அவளது
மருதாணி விரல்கள்

காதல் மதத்தைத் தழுவச் சம்மதம்
நீ வேதமானால்

கல்நெஞ்சு என்காதே
எறும்பாய் மாறியேனும்
தேய்த்து விடுவேன்

நம் இதழுக்கு
இடைப்பட்ட தூரம்
காதல்

அலங்காரம் தவிர்த்த சிலைகளும்
அழகாய் நடக்கின்றன...
அவளாக !

விரும்பியேனும் திருடிப்போவாளென
வித விதமாய் அலங்கரிக்கிறேன்
என் மனதை

என் கற்பனையின் திறவுகோல்
அவளது கண்கள்

கண்ணாடியின் நிலை !
எதிரே அவள் நிற்க எதுவும் செய்ய இயலா இவன்

தனியறையில் அவள் இருக்க
ஒளி வீசி அவளைப்படிதிருந்தது
அறை விளக்கு

தெரு விளக்கின் ஒளிக்கம்பலம் விரித்து
காத்திருக்கிறது சாலை
நாம் நடந்திட

அகம் கொள்ள தாளாமல்
விட்டு விடவும் முடியாமல்
அரைமதி காட்டும் வெண்மேகம்
ஓர் ஆண்மகன்

நான் உன்னை முதன் முதலில்
பார்த்த அறையில் – இன்னும்
உன் நினைவுச் சாயம் நீங்கவில்லை

என் தனிமையைக் கொலை செய்து
தயவுசெய்து என் இதயத்தில்
தண்டைக் கைதி ஆகிவிடு

அவள் மறைத்த எதுவும் போதை எனக்கு
அவ்வப்போது மயிர் குவிக்கத் தெரியும்
அவளின் அடர் மயிர் பின்கழுத்தும்

39

அலையும் கரையுமாய் இருப்போம்
முத்தப்போரில்
என்றும் சலிக்காமல் !
எவரும் தோற்கமால் !

40

உன்னில் தொடங்கும் என் கற்பனைகளுக்கு
உன்னையே சேர விருப்பம்
என் கவிதைகளாக

நீ படித்திட உயிர்கொள்ளும்
என் கவி யாவும்
காதலென உரு கொண்டு
உன்னுள்ளே வாழட்டும்

முகம் மறைத்துச் சிரிப்பினும்
சிந்திக்க சிதறும் வெட்கத் துளிகளில்
உணர்ந்தேன் உன் காதலை

தூரிகைகள் வரைய மறந்த ஓவியம் அவள்
ஏழு வண்ணங்களில் எப்போதும் சிரிக்கிறாள்

என் கவியாவும் தோற்றுப் போகிறது
அவளது கால் கொலுசின் சினுங்களில்

அவளது கருப்பு வெள்ளைக் கண்களில்
சிறையுண்ட நாள்முதல் – பல
வண்ணக் கனவுகள்

கவிதைகள் துளியாக
காதலின் அடைமழை
உன் காரிருள் கண் பார்த்த வேளை

நேற்றுவரை நிலவும் நானும்
உளவித்திரிந்த இரவு வேளையில்
இன்று உன்னுடன் நடக்க ஏனோ
புதிதாய் ஆசை பிறக்கிறது

என் இதயத்தை மொத்தமும்
தனக்கென இடஒதுக்கீடு செய்து கொண்டாள்
பார்த்த முதல் நாளே

காதல் தான் இது
என் இதயத்தின்
இடைவிடாத படபடப்பிற்கு
உன் கண்கள் சொன்ன பதில்

பல்வேறு முகபாவனைகள் செய்து
மறைக்க முயன்றும் தோற்கிறேனடி
நண்பர்கள் நடுவே
உன் குறுஞ்செய்தியைக் கண்டு வரும் சிரிப்பை

தினமும் அதிகாலை
சூரியனுக்கு முன் – உன்னை
முத்தமிடும் வரம் வேண்டும்

வானம் என்ற நீர் நிலையில்
உன் பிம்பமாய் நிலா

மழைத் திரையில்
எப்போதும் நம் காதல் நாடகம் தான்

ஒரு கவிதையிலாவது
உன் பெயரைப் புதைத்து
இதெல்லாம் உனக்கே உனக்கென
காதலைச் சொல்லும் தைரியம் கூட
எனக்கில்லை

இத்தனை கவிதைக் கனைகள்
அனுப்பினேனே ! ஒன்றுகூடவா
உன் இதயத்தைத் தாக்கி
எனக்கான வாயிலைத் திறக்கவில்லை ?

அவளது புன்னகையில்
வழுக்கி விழுந்த என்னை
காதல் சிறையில் கைதியாக்கிய
அவள் ஒரு சர்வாதிகாரி

உன் இதயத்தைத் திருட
இவ்வளவு முறை முயற்சிக்கிறேனே!
ஒரு முறையாவது – மணவறையில்
மாலை சங்கிலி பூட்டி
மோதிர விளங்கிட்டு
தண்டனை கொடுப்பாயா?

நமக்கான என் காதல் வினையில்
நிலவும் மழையும்
வீரியமிக்க வினையூட்டிகள்

இரு மூலக்கூறு உன் காதல்
எனைச் சுற்றியுள்ள காற்றில் மட்டும்

உன் குரல் கேட்ட நாள் முதல்
அரைபோதையில் என் காதுகள்
எவர் சொல்வதும்
ஒருமுறையில் புரிவதில்லை

நம் தொலைபேசி உரையாடல்களுக்கிடையே
இருந்த சிறு மௌனங்களில் – பலமுறை
என் காதலைச் சொல்லியிருக்கிறேன்
ஒரு முறைகூடவா உன் மனதிற்கு கேட்கவில்லை ?

இப்போதெல்லாம் என் கனவிலும்
கட்டுப்பாடு விதிக்கிறேன்
நீ மட்டுமே அங்கு வேண்டுமென

மஞ்சளும் பச்சையும் மாறி மாறி மிளிர
காதல் சொல்வதில் – என் மனம்
கணிக்க முடியா நிலையில்

சொல்பேச்சு கேட்கா என் மனது
சொல்லித்தொலை என
தொந்தரவு செய்கிறது

உறக்கத்தைத் தடுக்கவே
உன் நினைவைக்
காவலனாக நிறுத்தியுள்ளாய்
என் மனதின் வாயிலில்

ஆட்டுக்குட்டியாய் என் மனம்
நீ இல்லா நேரத்தில் – நாம்
பேசிக்கழித்த பொழுதை
அசைபோட்டபடி

நன்கு அலங்கரித்து
நான்கைந்து ஆடை மாற்றி
நான் கூட்டி வந்தேன் என் பேச்சை !
முதல் பார்வையிலேயே – அதை
முற்றிலும் நிர்வாணமாக்கினாய்
ஒளிந்து கொண்டது எங்கோ சென்று

இவ்வளவு நாள் உன்னிடம் மட்டும்
இருந்த வெட்கத்தை
என்னிடம் பகிர்ந்தளித்தாய்
நம் முதல் சந்திப்பில்

நிலவு நீயென்றால்
தினமும் ஏதோ ஒரு மூலையில்
உனைப்பார்த்து கண்ணடிக்கும்
விண்மீன் நான்

நிலவுக்கு உன் நினைவுச்சாயம்
பூசிய நாள் முதல்
அது கூட என்னைத் தனியே விடுவதில்லை

அடியே நிலவென்ன உன்
நினைவுப்பெட்டகமா!
பார்க்கும்போதெல்லாம் உன்னையே
நினைக்க வைக்கிறது

கவிதை என் கள்ளக்காதலி!
நீ வரும்போதெல்லாம்
எங்கோ சென்று ஒழிந்துகொண்டு
நீ போனபின்பே என்னிடம் திரும்புகிறது

என் காதல் கேட்டு
ஒற்றை ஜடை சாட்டையால்
உன்னையே ஏன் அடித்துக்கொள்கிறாய்
அத்தனையும் உனக்குத்தானே

என் வீட்டின் தரையில்
உன் தலைமுடிக்கோலங்கள்
நீ வந்து சென்றதன் நினைவுப்பரிசாய்

நீ உடுத்தப்போகிறாய் என்பதில்
இவ்வளவு ஆர்வமா !
காற்றில் அசையும் உன் வீட்டுக்கொடியில்
குத்தாட்டம் போடுகிறதே உன் துணிகள்

உன்னை உடுதிக்கொண்ட ஆடை
கர்வத்தில் ஏனோ களையக்கூடா இல்லை

இருள் வர நிலவே நீ வருவாயென
இரவில் வந்ததா இந்த மழை ?

இன்னும் உன்னைத் தேடுகிறது - மின்னலாக !
இடியாய் அழைத்தும்
எங்கு சென்று ஒளிந்தாய் என்று

இது என்ன புது மலரின் வாசம் ?
உன்னைச் சந்தித்து திரும்பும்போதெல்லாம்
உன் வாசம் சுமந்து வரும் எனைப்பார்த்துக்
கேட்கின்றன என் வீட்டு மலர்கள்!
ஒரு முறையாவது நம் வீட்டிற்கு வந்துவிட்டுப் போ

உன்னைத்தீண்ட முடியாமல்
தரையில் விழுந்து
தற்கொலை செய்து கொள்கிறது பார்
பாவம் இந்த மழைத்துளிகள்

மேகம் தூது விட்டேன்
மழைக்கடிதம் வந்ததா ?
குளிர் காற்றின் தீண்டலில்
என் முத்தம் தந்ததா?

கவிதையில் சண்டையிடுகிறேன்
காதல் போரில் ஜெயித்திட

கவிதைப்படையல் வைக்க
இன்னும் போதவில்லை என்கிறாய் !
இரு அட்சயப் பாத்திரத்திலிட்டு
எடுத்து வருகிறேன்

தங்களுக்குள் சண்டையிட்டுச்
சரிந்தன ஆடைகள் துணிக்கடையில்
ஒன்றை மட்டும் அவள் எடுத்துச் செல்ல

ஆடை கலைந்தாள்
ஆம் – அவள் மேனியில்
ஆடை ஒரு தேவையில்லாத
களைதான் !

காதலன் தேடுகிறாயா !
என்னைப்பற்றி அவ்வப்போது
விசாரித்துவிட்டுச் செல்கிறது – காதல்

காதல் தரகனிடம்
என் மனம் கொடுத்தனுப்பினேனே
வந்து சேர்ந்ததா ?

wholesale விலையில்
மொத்த சிரிப்பையும் வாங்கி
தன் கன்னக்குழியில்
பதுக்கிக்கொண்டவள் அவள்

உன் காதலில் பலியான என்னை
உன் கன்னக்குழியிலேயே
அடக்கம் செய்

வெட்கத்தில் விரல் கொண்டு
இதழ் மறைத்துச் சிரிக்கிறாள்
கன்னம் வழி நிரம்பி வழிகிறது சிரிப்பு

தூக்கத்தில் அவள் நெளிய
கூச்சத்தில் முனகியது அவளது படுக்கை

நீ கழற்றி எறிந்த
மல்லிகைச் சரத்தில்
இன்னும் உன் வாசம்

இரண்டிரண்டாய் முகப்பருக்கள்
அவள் முகத்தில்
அவள் வெறுப்பதற்காக ஒரு ஜோடி !
நான் ரசிப்பதற்காக ஒரு ஜோடி !

என் இடது கண்ணுக்கும் வலது கண்ணுக்கும்
சண்டை மூட்டிவிட்டுப்போனவளே!
எதில் தெரியும் நீ அழகென்று
ஒரு தீர்ப்பு சொல்லிவிட்டுப்போ

தேவதைகள் வாழுமிடம் எனக்குத் தெரியும்
அவளது அவனின் இதயம்

படைத்த அவன் மறைக்க மறந்த
தேவதையின் வெண்ணிற இறகுகள்
ஆங்காங்கே அவளது வெள்ளை முடிகளாக !
அவனும் உன்னை சாதாரண பெண்ணாய்க்
காண்பிப்பதில் தோற்றுப் போனான்

இரவை உண்டு மகிழும் கடல்
கரையை கட்டிப்புறளும் அலை
மண்ணை முத்தமிடும் சாரல் மழை
உன் கைகள் கோர்த்து – உன்னுடன்
உலவ ஏங்கும் நான் !
இரவு நேர கடற்கரையும் உன் நினைவால்
இனிமையானது

இதயம் போதவில்லை போல
தூக்கமும் திருடிப்போனாள் ஒருத்தி
ஏய் நிலவே !
உன் உறக்கம் கொடு
காலையில் திருப்பித்தருகிறேன்

அவள் இதயத்துடிப்பின் வேகம் குறைக்கவே
அடுக்கிவைக்கப்பட்ட பஞ்சுப் பொதிகள்
அவள் மார்பு !
நான் சாயும் வேளையில்

என் இதயத்தை இரு கூறாய்ப்பிழந்து
இரண்டிலும் நீயே வசிக்கிறாய்
ஒன்றில் ஆசைக் காதலியாய்
மற்றொன்றில் செல்ல மகளாய்
காதலியிடம் சண்டை எழ
மகளிடம் சொல்லி அழுகுகிறேன்

எனக்குத் தெரியாமலே
என்னுள் நுழைந்தவள் – இன்று
யாரையும் அங்கே விடாது
ஆட்சி செய்கிறாள்

என் மனம் எனும் தேசத்தில்
அவளே என் சர்வாதிகாரி

இதுதான் காதலா !
இவ்வளவு செய்யுமா !
என்னையும் எழுத வைத்ததே
இன்னும் எங்கு கூட்டிப்போகுமோ !

காதலில் மழலை நான்
என் புரியா மொழியின் உச்சரிப்பு நீதான்
தத்தி நடையிட்டு நான் தேடுவது நீதான்
அறியாமல் நான் செய்த தவறுக்கு – உன்
முகம் சிவக்கையில் – நான்
கட்டியணைத்து அழுவதும் நீதான் !
எத்தனை பேர் எனை எடுத்துக் கொஞ்சினாலும்
நான் திரும்பும் இடம் நீதான் !
ஆம் நீயும் என் தாய்தான்.

தொடரும் என் காதல் .